Matuto nang MATANDA kasama si Lani

Marcy Schaaf

English / Tagalog Bilingual

Table of Content

Aloha, Maligayang pagbabalik sa magagandang isla ng Hawaii, kung saan umaawit ang karagatan, matatag ang mga bundok, at umaalingawngaw ang mga tambol sa buong lupain. Sa aklat na ito, sasamahan mo muli si Lani sa pagtuklas niya ng hula kahiko, ang sinaunang istilo ng hula na nagkukuwento ng mga makapangyarihang kwento mula noong unang panahon.

Malakas at makabuluhan ang hula kahiko. Pinararangalan nito ang kalikasan, mga ninuno, at ang kasaysayan ng Hawaii. Sa bawat awit at tambol, ibinabahagi ng mga mananayaw ang mga kuwentong naipasa sa loob ng maraming henerasyon.

Ilagay ang iyong mga paa sa lupa, damhin ang ritmo sa iyong puso, at simulan natin ang espesyal na paglalakbay na ito kasama si Lani at ang kanyang matalinong lola na si Tutu.

Aloha at simulan na ang pagtugtog ng tambol!

Talambuhay ng Awtor: Marcy Schaaf Si Marcy Schaaf ay isang awtor ng aklat pambata na kinikilala sa buong mundo dahil sa kanyang natatanging kakayahang magdala ng mga totoong pangyayari at kasalukuyang paksa sa mundo ng mga batang mambabasa. Mula sa paggalugad sa hinaharap ng teknolohiya—tulad ng paggamit ng AI upang magplano ng perpektong bakasyon—hanggang sa pagbibigay-kapangyarihan sa mga kuwento tungkol sa pagiging non-binary, autism, at ang sining ng conversation mapping, ang mga gawa ni Marcy ay napapanahon at nakapagpapabago.

Isang tunay na mamamayan ng mundo, si Marcy ay nakapaglakbay na sa buong mundo, humuhugot ng inspirasyon mula sa masiglang kultura ng Grenada, sa nakamamanghang kagandahan ng Hawaii, at sa walang-kupas na alindog ng Italya, kung saan siya ngayon ay tinatawag na tahanan. Ang kanyang mga gawa ay tumatatak sa mga mambabasa mula sa lahat ng sulok ng mundo, at ang kanyang pagkukuwento ay sumasalamin sa kayamanan ng magkakaibang karanasang ito. Ang makabagong boses ni Marcy ay hindi lamang nagbigay sa kanya ng mga tapat na mambabasa kundi itinatag din siya bilang isang puwersang pampanitikan na may misyong hikayatin ang mga batang isipan na unawain ang mga kasalimuotan ng ating mundo. Ang kanyang kakayahang gawing madaling maunawaan at kapana-panabik para sa mga bata ang mga paksang tulad ng impluwensya at pagsasama ng social media ang dahilan kung bakit siya naging kilalang pangalan.

At ang kanyang eksklusibong Programang Para sa mga Miyembro LAMANG na nagbibigay sa mga tagahanga ng access sa mga bagong-bagong kwentong hindi makukuha sa mga retail market, mga behind-the-scenes na nilalaman, at mga pananaw sa kanyang proseso ng paglikha. Maaaring pumili ang mga miyembro mula sa 15 wika, makatanggap ng buwanang pagpapadala ng libro, at mag-unlock ng mga espesyal na nilalaman na idinisenyo para lamang sa kanila. Kasama rin sa programang ito ang mga kaganapang para lamang sa mga miyembro na imbitado sa buong mundo at isang pribadong mensahe mula sa may-akda sa iyong kaarawan. Taglay ang pusong mahilig magkuwento at ang pagkahilig niyang magbigay-inspirasyon sa susunod na henerasyon, patuloy na itinutulak ni Marcy Schaaf ang mga hangganan, isang di-malilimutang aklat sa bawat pagkakataon.

Learn the KAHIKO with Lani

On a quiet evening in Hawaii,
young Lani heard a deep drumbeat.

Isang tahimik na gabi sa Hawaii, nakarinig ang batang si Lani ng malalim na tunog ng tambol.

Boom. Boom. Boom.

Bumuhos. Bumuhos. Bumuhos.

She asked her grandmother,
"Tutu, what is that strong
sound?"

Tinanong niya ang kaniyang lola, "Tutu, ano ang malakas na tunog na iyan?"

"That is the pahu drum,"
Tutu said.
"It calls us to dance kahiko."

"Iyan ang tambol ng pahu," sabi ni Tutu.
"Tinatawag tayo nito para sumayaw ng kahiko."

"Can you teach me kahiko?"
Lani asked.

"Maaari mo ba akong turuan ng kahiko?" tanong ni Lani.

"Yes, Lani," Tutu smiled.
"Kahiko is the ancient hula."

"Opo, Lani," nakangiting sabi ni Tutu.
"Matanda na ang sinaunang sayaw."

"First, we bend our knees
and stay low and strong,"
said Tutu.

"Una, ibinabaluktot namin ang aming mga tuhod at nananatiling mababa at malakas," sabi ni Tutu.

"This shows respect for the land beneath our feet."

"Ito ay nagpapakita ng paggalang sa lupang ating tinatapakan."

Lani bent her knees,
feeling steady
and grounded.

Ibinako ni Lani ang kanyang mga tuhod, pakiramdam ay matatag at matatag.

"Next, strong hands,"
Tutu instructed.

"Susunod, malalakas na kamay," utos ni Tutu.

“Our hands tell
the old stories.”

"Isinasalaysay ng ating mga kamay ang mga lumang kwento."

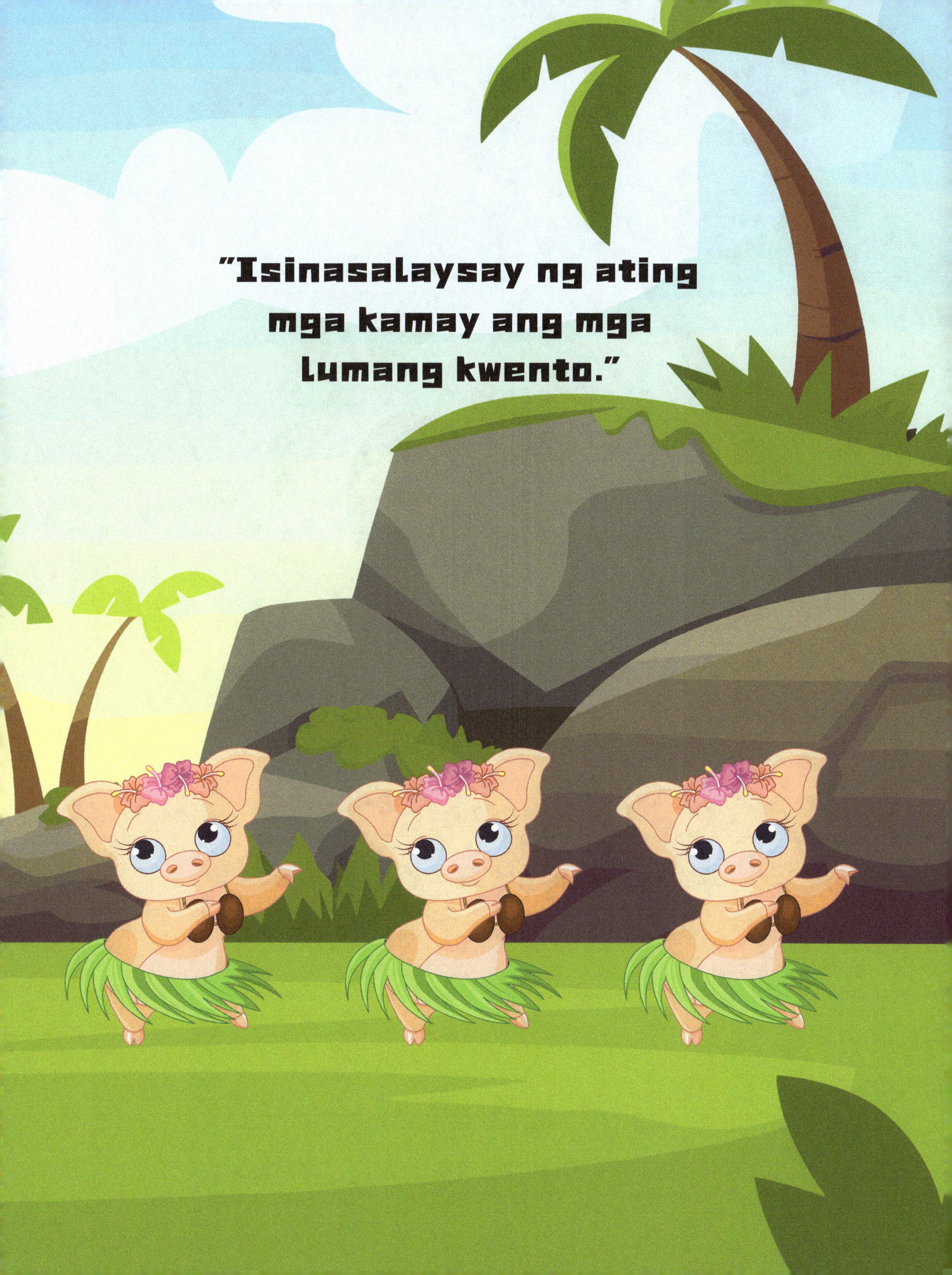

Lani moved her hands
with purpose and pride.

Ginalaw ni Lani ang kanyang mga kamay
nang may layunin at pagmamalaki.

"Now, step firmly to the drum," said Tutu.

"Ngayon, humakbang nang mahigpit papunta sa tambol," sabi ni Tutu.

"Feel the rhythm
in your feet."

"Damhin ang ritmo
sa iyong mga paa."

Boom. Boom. Boom.

Bumuhos. Bumuhos. Bumuhos.

Lani stepped to
the powerful beat.

Humakbang si Lani kasabay ng malakas
na tugtog.

"Lift your chin,"
Tutu whispered.

"Itaas mo ang baba mo," bulong ni Tutu.

"Kahiko is danced with strength."

"Ang Kahiko ay isinasayaw nang may lakas."

She felt connected
to the mountains,
the ocean,
and the people
who danced long ago.

Pakiramdam niya ay konektado siya sa mga bundok, sa karagatan, at sa mga taong sumasayaw noong unang panahon.

Lani felt brave.

Nakaramdam ng
lakas ng loob si Lani.

"Kahiko is more than movement,"
Tutu explained.

"Ang matanda ay higit pa sa paggalaw," paliwanag ni Tutu.

"It is remembering where we come from."

"Ito ay ang pag-alala kung saan tayo nanggaling."

Lani danced with strong hands and steady feet.

Sumayaw si Lani gamit ang malalakas na kamay at matatag na paa.

She felt the drum
inside her heart.

Nararamdaman niya ang tambol sa
loob ng kanyang puso.

"Hula kahiko is a gift,"
Tutu said.

"Ang hula kahiko ay isang regalo," sabi ni Tutu.

"A gift from our ancestors."

"Isang regalo mula sa ating mga ninuno."

Lani's heart was full
of aloha and pride.

Punong-puno ng pagmamahal at
pagmamalaki ang puso ni Lani.

She danced kahiko
with strength, respect,
and love for Hawaii.

Sumayaw siya ng kahiko nang may lakas, paggalang, at pagmamahal para sa Hawaii.

Hawaiian Words and Their Meanings

Tutu
Meaning: Grandmother
Explanation: In Hawaiian culture, "Tutu" is a term of endearment and respect for a grandmother. It signifies the wisdom and nurturing nature of elders.

Kaholo
Meaning: A basic hula step
Explanation: The "kaholo" is a fundamental hula movement involving a side-to-side step. It represents the flowing movement of the ocean waves, reflecting the natural beauty of Hawaii.

Pahu
Meaning: Drum
Explanation: The pahu is a traditional Hawaiian drum used in hula kahiko to provide rhythm and power.

Aloha
Meaning: Love, respect, peace
Explanation: Aloha represents kindness, compassion, and connection in Hawaiian culture.

Mga Salitang Hawaiiano at ang Kanilang mga Kahulugan

Kahulugan ng Tutu: Lola **Paliwanag:** Sa kulturang Hawaiiano, ang "Tutu" ay isang termino ng pagmamahal at paggalang sa isang lola. Ito ay sumisimbolo sa karunungan at mapag-arugang katangian ng mga nakatatanda.

Kahulugan ng Kaholo: Isang pangunahing hakbang sa hula. **Paliwanag:** Ang "kaholo" ay isang pangunahing galaw ng hula na kinasasangkutan ng isang hakbang na pakaliwa. Kinakatawan nito ang agos ng mga alon sa karagatan, na sumasalamin sa natural na kagandahan ng Hawaii.

Kahulugan ng Pahu: Tambol **Paliwanag:** Ang pahu ay isang tradisyonal na tambol ng Hawaii na ginagamit sa hula kahiko upang magbigay ng ritmo at kapangyarihan.

Aloha Kahulugan: Pag-ibig, paggalang, kapayapaan **Paliwanag:** Ang Aloha ay kumakatawan sa kabaitan, habag, at koneksyon sa kulturang Hawaiiano.

Hula Kahiko:
Hula kahiko is the ancient form of hula performed with chant and percussion. It honors the land, the gods, and the ancestors of Hawaii.

Aloha
Meaning: Love, respect, hello, goodbye
Explanation: "Aloha" is a versatile and deeply meaningful word in Hawaiian. It encapsulates love, peace, compassion, and a spirit of kindness. It is used both as a greeting and a farewell, embodying the essence of Hawaiian hospitality and warmth.

Hula: Hula is a traditional Hawaiian dance that tells stories through graceful movements and gestures. Each movement in hula has a specific meaning, often related to nature, emotions, and Hawaiian mythology.
Hawaiian Culture: The culture is rich with traditions and values that emphasize respect for nature, community, and family. Learning and performing hula is one way to pass on these values and keep the culture alive.

Sayaw na Klasiko:
Ang hula kahiko ay ang sinaunang anyo ng hula na tinatanghal nang may kasamang chant at percussion. Ito ay nagbibigay-pugay sa lupain, sa mga diyos, at sa mga ninuno ng Hawaii.

Kahulugan ng Aloha: Pag-ibig, paggalang, kumusta, paalam.
Paliwanag: Ang "Aloha" ay isang maraming nalalaman at malalim na makahulugang salita sa wikang Hawaiian. Sinasaklaw nito ang pag-ibig, kapayapaan, habag, at diwa ng kabaitan. Ginagamit ito kapwa bilang pagbati at pamamaalam, na sumasalamin sa diwa ng pagiging mapagpatuloy at mainit na pagtanggap sa mga taga-Hawaii.

Hula: Ang hula ay isang tradisyonal na sayaw ng Hawaii na nagkukuwento sa pamamagitan ng magaganda at magagandang galaw. Ang bawat galaw sa hula ay may partikular na kahulugan, na kadalasang nauugnay sa kalikasan, emosyon, at mitolohiya ng Hawaii.
Kulturang Hawaiian: Ang kultura ay mayaman sa mga tradisyon at pagpapahalagang nagbibigay-diin sa paggalang sa kalikasan, komunidad, at pamilya. Ang pag-aaral at pagtatanghal ng hula ay isang paraan upang maipasa ang mga pagpapahalagang ito at mapanatiling buhay ang kultura.

THE GIFT SHOP

Embark of your next adventure

You might also like

Hula ʻAuana

Hula Collection

https://booksbyschaaf.com/mermaid-collection

THE GIFT SHOP

Embark of your next adventure

QR Partners

Corporate Program

A Simple QR Code That Entertains Families and Pays You!

Families are already scanning QR codes throughout your property.

Now you can turn those moments into engaging children's entertainment and a new revenue stream — without adding work for your team.

What Is the QR Code Program?

We provide a single, branded QR code that gives families instant access to a curated library of children's digital books in multiple languages.

No apps.

No logins.

No staff training.

Guests scan and enjoy — that's it.

Why Hotels & Resorts Participate

- Immediate entertainment for children
- Multilingual content for international guests
- Improved family guest satisfaction and reviews
- Passive revenue with no upfront cost
- No inventory, storage, or maintenance

Once the QR code is placed, the program runs automatically.

Ideal Placement Locations

- Guest rooms
- Pool and lounge areas
- Kids clubs
- Gift shops
- Breakfast and waiting areas

Anywhere families naturally pause.

How Guests Use It

1. Scan the QR code
2. Pick Language
3. Instantly access to children's book
4. One free book every month!

Everything works directly in the browser — no APP to download.

Revenue for Your Property

Every purchase made through your hotel's unique QR code is tracked and shared.

- Your property receives 30% of all guest purchases
- No setup fees
- No monthly costs
- No financial risk

If guests choose to purchase, you earn.

If they don't, there is no cost to you.

Why This Works for Hotels

This program functions like a digital children's amenity:

- Always available
- Always updated
- No physical wear or loss
- No staff involvement

It enhances the guest experience while quietly generating income.

Easy to Test, Easy to Expand

We offer:

- Pilot programs
- Single-location trials
- Multi-property rollout options

Each QR code is uniquely tracked, so performance and revenue remain transparent.

Let's Partner

If your property serves families or international travelers, this program is a natural fit.

to sign up https://payhip.com/BooksBySchaaf/contact

Programa ng Korporasyon ng QR Partners Isang Simpleng QR Code na Nag-aaliw sa mga Pamilya at Nagbabayad sa Iyo!
Ini-scan na ng mga pamilya ang mga QR code sa buong property ninyo.
Ngayon ay maaari mo nang gawing nakakaengganyong libangan ng mga bata at bagong mapagkukunan ng kita ang mga sandaling iyon — nang hindi nagdaragdag ng trabaho para sa iyong koponan.
Ano ang Programa ng QR Code?
Nagbibigay kami ng iisang branded na QR code na nagbibigay sa mga pamilya ng agarang access sa isang napiling library ng mga digital na librong pambata sa iba't ibang wika.
Walang mga app.
Walang mga pag-login.
Walang pagsasanay sa mga kawani.
Nag-i-scan at nag-eenjoy ang mga bisita — iyon lang.
Bakit Nakikilahok ang mga Hotel at Resort
📱 Agarang libangan para sa mga bata
🌍 Nilalaman na maraming wika para sa mga internasyonal na bisita
⭐ Pinahusay na kasiyahan at mga review ng bisitang pampamilya
💲 Passive income na walang paunang bayad
🧾 Walang imbentaryo, imbakan, o pagpapanatili
Kapag nailagay na ang QR code, awtomatikong tatakbo ang program

Mga Mainam na Lokasyon ng Paglalagay
Mga silid ng bisita
Mga lugar ng swimming pool at lounge
Mga club ng bata
Mga tindahan ng regalo
Mga lugar para sa almusal at paghihintay
Kahit saan natural na humihinto ang mga pamilya.
Paano Ito Ginagamit ng mga Bisita
I-scan ang QR code
Pumili ng Wika
Agad na pag-access sa aklat pambata
Isang libreng libro bawat buwan!
Gumagana nang direkta ang lahat sa browser — walang APP na kailangang i-download.
Kita para sa Iyong Ari-arian Ang bawat pagbili na ginawa gamit ang natatanging QR code ng iyong hotel ay sinusubaybayan at ibinabahagi.
Ang iyong ari-arian ay tumatanggap ng 30% ng lahat ng binili ng bisita
Walang bayad sa pag-setup
Walang buwanang gastos
Walang panganib sa pananalapi
Kung pipiliin ng mga bisita na bumili, kikita ka.
Kung hindi nila gagawin, wala kang babayaran.
Bakit Ito Gumagana para sa mga Hotel Ang programang ito ay gumagana tulad ng isang digital na amenity para sa mga bata:
Laging available
Palaging ina-update
Walang pisikal na pagkasira o pagkawala
Walang pakikilahok ng kawani
Pinahuhusay nito ang karanasan ng mga bisita habang tahimik na kumikita.
Madaling Subukan, Madaling Palawakin Nag-aalok kami ng:
Mga programang piloto
Mga pagsubok na may iisang lokasyon
Mga opsyon sa paglulunsad ng maraming ari-arian
Ang bawat QR code ay sinusubaybayan nang natatangi, kaya nananatiling malinaw ang performance at kita.
Makipagtulungan Tayo Kung ang iyong ari-arian ay para sa mga pamilya o mga manlalakbay na internasyonal, ang programang ito ay angkop para sa iyo.
para mag-sign up https://payhip.com/BooksBySchaaf/contact

Join Our
Books By Schaaf
AFFILIATE PROGRAM
$ EARN COMMISSIONS!
GET YOUR UNIQUE LINK
SHARE AMAZING BOOKS
Promote Kids' Books & Earn Money!
Easy $$$
Share & Promote
Inspire Young Readers

Affiliate Program

Join the Books By Schaaf Affiliate Team!

Love children's books, language learning, and inspiring young readers around the world? Now you can earn while sharing stories that matter.

As a Books By Schaaf Affiliate, you'll earn commission every time someone purchases through your unique link. It's simple, fun, and rewarding!

✅ Why Join?

📚 Promote 500+ engaging children's books

🌍 Support bilingual & multicultural learning

💰 Earn commission on every sale

🎯 No inventory. No upfront costs. No tech skills needed.

Perfect for:

Parents & teachers

Bloggers & influencers

School groups

Travel & hospitality partners

Anyone who loves helping kids learn

💡 How It Works

Sign up as an affiliate

Get your personal link

Share it online, in emails, or in person

Earn commissions when people buy

That's it!

❤️ Make an Impact While You Earn

Every book you share helps children:

✓ Build confidence

✓ Learn new languages

✓ Discover the joy of reading

Join today and become part of a global reading movement.

👉 Sign up now and start earning!

Programang Kaakibat Sumali sa Koponan ng Kaakibat ng Mga Libro Ni Schaaf!

Mahilig ka ba sa mga librong pambata, pag-aaral ng wika, at pagbibigay-inspirasyon sa mga batang mambabasa sa buong mundo? Ngayon ay maaari ka nang kumita habang nagbabahagi ng mga mahahalagang kwento.

Bilang isang Books By Schaaf Affiliate, kikita ka ng komisyon sa bawat pagkakataong may bibili gamit ang iyong natatanging link. Simple, masaya, at kapaki-pakinabang ito!

✅ Bakit ka sasali?

📚 I-promote ang mahigit 500 na nakakaengganyong aklat pambata 🌍 Suportahan ang pag-aaral ng bilingguwal at multikultural 💰 Kumita ng komisyon sa bawat benta 🎯 Walang imbentaryo. Walang paunang gastos. Hindi kailangan ng mga kasanayan sa teknolohiya.

Perpekto para sa:

Mga Magulang at Guro Mga Blogger at Influencer Mga Grupo sa Paaralan Mga Kasosyo sa Paglalakbay at Hospitality Sinumang Mahilig Tumulong sa mga Bata na Matuto 💡 Paano Ito Gumagana Mag-sign up bilang affiliate Kunin ang iyong personal na link Ibahagi ito online, sa mga email, o nang personal Kumita ng mga komisyon kapag bumili ang mga tao Iyon lang!

❤️ Mag-ambag Habang Kumikita. Ang bawat aklat na ibinabahagi mo ay nakakatulong sa mga bata:

✓ Bumuo ng tiwala sa sarili ✓ Matuto ng mga bagong wika ✓ Tuklasin ang saya ng pagbabasa Sumali ngayon at maging bahagi ng isang pandaigdigang kilusan sa pagbabasa.

👉 Mag-sign up na ngayon at magsimulang kumita!

Books By Schaaf

www.BookBySchaaf.com

Bilingual kids books

Paperback, eBooks and Audio

10 minute behind the scenes Podcast on Spotify

Songs exclusively on Audio version

Some books have companion coloring books

www.ingramcontent.com/pod-product-compliance
Lightning Source LLC
LaVergne TN
LVHW082050051026
849532LV00011B/3545